நினைவின் நிழல்

முனைவர் ப சசிகுமார்

Copyright © Munaivar P Sasikumar
All Rights Reserved.

This book has been published with all efforts taken to make the material error-free after the consent of the author. However, the author and the publisher do not assume and hereby disclaim any liability to any party for any loss, damage, or disruption caused by errors or omissions, whether such errors or omissions result from negligence, accident, or any other cause.

While every effort has been made to avoid any mistake or omission, this publication is being sold on the condition and understanding that neither the author nor the publishers or printers would be liable in any manner to any person by reason of any mistake or omission in this publication or for any action taken or omitted to be taken or advice rendered or accepted on the basis of this work. For any defect in printing or binding the publishers will be liable only to replace the defective copy by another copy of this work then available.

முதற்கண் கடவுளான என் பெற்றோருக்கு சமர்ப்பணம்...

பொருளடக்கம்

அணிந்துரை	ix
முன்னுரை	xi
நன்றி	xiii
முகவுரை	xv
நினைவின் நிழல்	
கருணையுள்ள கடவுள்	3
பரிசு	5
சுயநலமற்ற சுதந்திரம்	7
தண்ணீர்	9
நட்பு	11
ஏழை மக்கள்	13
உறவுகள்	15
அனாதை	17
அன்பு	19
உறவுகள்	21
வளரும் தலைமுறை	23
மறதி	25
புதுவாழ்வு	27
யாவரும் நலமாக	31
மடியில்	33
விழிகள்	35
ஆசான்	37
பார்வை	39
வருத்தம்	41

• v •

பொருளடக்கம்

வெள்ளி நிலா	43
தேவை	45
புதுமனிதன்	47
கருவி	49
இல்லை	51
மீசை	53
மனம்	55
பிரதி	57
பனி	59
இதயம்	61
இப்போது	63
அழகு	65
கண்ணாடி	67
வாழ்க்கை	69
மண மாலை	71
கதவு	73
பிறப்பு	75
நித்தம் நித்தம்	77
ஆசை	79
நீ	81
கருமேகம்	83
குடும்பப் பெண்	85
சுவாசிக்கிறேன்	87
வார்த்தை	89

பொருளடக்கம்

மாற்றம்	91
காதல்	93
தண்ணி வண்டி	95
நிலவு	97
ஓடும் நீரில்	99
கனவு	101
உருகிய நீரில்	103

அணிந்துரை

மனித சமூகத்திற்கு மனதில் பதிந்த பதிவுகளை நினைவின் நிழலாக உங்கள் கைகளில் தவழ வேண்டும் என்ற முனைப்-புடன் எழுதிய இளைஞனின் கவிதை தொகுப்பு அரு-மையானது. சமூகத்தில் நடக்கும் அவலங்களையும் அநீ-திகளையும், கருணையின் உருவமான அம்மாவின் அன்-பையும், அப்பாவின் அரவணைப்பையும் அக்கறையுடன் அள்ளி வழங்கியது அருமை. இயல்பான புன்னகையுடன் பூக்கும் பூக்களை போல் மென்மேலும் பல படைப்புகளை படைத்து வாழ்வில் சிறக்க இதயம் கனிந்த வாழ்த்துக்கள்.

என்றென்றும் உங்கள்,
ந கனிமொழி.

முன்னுரை

இளைஞர்களின் நினைவலைகளை தமது இதயத்தில் கொண்டு உயிரும், உணர்வும் ஒன்றெனக் கலந்து, உதிரங்-களின் சங்கமிப்பில் உதிரத்தைக் குளிரச் செய்யும் அற்புத கவிதைத் தொகுப்பில் அன்பு, வறுமை, காதல், சுதந்திரம், பக்தி என்னும் பல தளங்களைக் கொண்டதாக திகழ்கிறது.

"நட்புக்கு வருத்தம்" என்ற கவிதையில் நட்பின் ஆழத்தை எடுத்துரைத்துள்ள திறம் பாராட்டுக்குரியது. நண்பனின் படைப்புகள் மேலும் சிறக்க என்னுடைய மனமார்ந்த வாழ்த்துக்கள்.

என்றென்றும் நட்புடன்,
ச ச சௌந்தர்யா.

நன்றி

எப்போதும் இன்முகத்துடன் பழகி வரும் என்னுயிர் நண்பர்களுக்கு என்னுடைய நன்றியை தெரிவித்துக் கொள்கிறேன்.

நேசித்த உறவுகள்
நீங்கினாலும்
நேசிக்கும் உறவுகள்
நீங்காமல் நிலைத்து
நிற்கட்டும் மனதில்...!

நட்புடன் நான்,
முனைவர்பசசிகுமார்.

முகவுரை

"நினைவின் நிழல்" என்று தொடங்கும் இந்த கவிதைத் தொகுப்பு எமது தோழரின் முயற்சிக்கு கிடைத்த வெற்றி. சமூகத்தில் நடக்கும் பல்வேறு இன்னல்களை தனது அனுபவங்களின் வாயிலாக நூலாக வெளியிட்ட விதம் வியப்பில் ஆழ்த்துகிறது.

முற்றிலும் அழிகிறது
என் ஆணவம்
அன்பில் உருவான
அன்னையின் மடியில்
படுத்து உறங்கிய போது..!

என்னும் கவிதை தாய்மை மீது அவர் கொண்ட மதிப்பை எடுத்து காட்டுகிறது. தோழருக்கு எமது வாழ்த்துக்கள்.

அன்புத் தோழர்,
வே தினேஷ் ராஜ்குமார்.

நினைவின் நிழல்

நம்பிக்கையோடு நாட்களை நகர்த்தும் மனித சமூகத்தில் நானும் ஒருவனாக இயன்றதை செய்து, இன்பங்கள் பெற்று, இல்லங்கள் சிறக்க, உள்ளத்தில் நினைத்ததை எல்லாம் செய்யாமல் போனாலும் நினைவுகளில் நிகழும் மாற்றங்களை "நினைவின் நிழல்" என்ற கவிதைத் தொகுப்பில் கூறியுள்ளேன், படித்து மகிழுங்கள்.

கருணையுள்ள கடவுள்

நடக்கத் தெரிந்த
   எனக்கு பார்க்க முடியவில்லை...
பேசுகின்ற — நான்
கேட்கத் தெரியவில்லை...
ஓடுகின்ற நீரில்
நடக்கத் துணிவுண்டு காலில்லை...
மழையில் நனைந்து
நதிகளை இணைக்க
இணையான கையில்லை...
மழலைப் பேச்சோடு
மாற்றத்தைச் செய்ய
மனமுண்டு — பேச முடியவில்லை...
உடலே ஊனம்
ஆனால் — ஊக்கத்துடன்
உழைக்கத் தூண்டுகிறது
உள்ளம் உறுதியோடு
ஊனமே இல்லை
உறுதியுமில்லை
ஊதியமுமில்லை
உள்ளத்தில் — நீ
அரவணைப்போடு அன்னையின் மடியில்...
நான் அருகதையில்லா விடுதியில்...
மனமே இல்லை மாறவுமில்லை
மாற்றமுள்ள

மனிதர்களை
மண்ணுலகில் படைத்த
கருணையுள்ள
கடவுள் — நீ..!

பரிசு

நம் உடலில்
 ஓடும் உதிரத்தை
 உறிஞ்சு குழலால்
 எடுத்த கொசு
 திருப்பிக் கொடுத்த
 பரிசு டெங்கு...!

சுயநலமற்ற சுதந்திரம்

ஏட்டுக் கல்வியை
   எட்டிப் பார்க்கா
   ஏழை மக்களை
   ஏலனப் படுத்துகிறது
   எனது சுதந்திரம்.
மாற்றானிடம் இருந்து
   மாற்றிய நாட்டை
   மக்களே ஆளும்
   மாற்றத்தைப் பெற்று
   மகிழ்ச்சியைத் தொலைத்தோம்.
பட்டினியைத் தீர்க்காமல்
   பாழாய்ப் போன
   பாட்டிலை விற்று
   பதவியைக் காட்டி
   பணம் பறிக்கிறது.
ஆளும் உரிமையை
   அளித்த நான்
   அல்லல் பட்டேன்
   அதிகாரத்தில் உள்ள
   அரசியல் அரக்கனிடம்.
உரிமைகளைக் கோர
   உறவுகளை அழைத்தால்
   உதாசீனப் படுத்தி
   உறங்குகிறது உண்மை

ஊழலில் ஊழியன்,
குற்றங்களை அகற்றும்
கூண்டுகளை மாற்றி
கூட்டணியில் சேர்த்து
கூவி விற்க்கும்
நீதி கெட்ட நிதி மன்றம்.
சுதந்திரமாகச் செல்ல
சுதந்திரமே இல்லாமல்
சுலபமாகச் செல்கிறது
சுயநலமற்ற சுதந்திரம் — இன்று!

தண்ணீர்

அழகுச் சோலைவனமான
   பூமி — அன்று!
அழுகிய பாலைவனமான
   பூமி — இன்று!
அள்ளிக் கொடுத்த
   பாரி வாழ்ந்ததோ — அன்று!
கிள்ளிக் கொடுக்க
   கிழவி கூட இல்லை — இன்று!
காடு மேடெல்லாம்
   காட்சி அளித்ததோ — அன்று!
காடே இல்லா
   கல் மரமானது — இன்று!
விடியற்காலை நேரத்தில்
   வயலுக்கு சென்றோம் — அன்று!
விளக்கேற்ற வயது
   கூட இல்லை - இன்று!
சேற்றில் நாற்று
   நட்ட காலம் — அன்று!
சேர்ந்து உண்ண
   சோறில்லை — இன்று!
பால் மரமாக
   பளிச்சிட்டது — அன்று!
பட்ட மரமாகி
   பல் இழிச்சிட்டது — இன்று!

பார் எங்கும்
தண்ணீர் — அன்று!
பார்க்கும் இடமெங்கும்
தண்ணீர் — இன்று!
சில்லென்று காற்று
வீசியது — அன்று!
சுல்லென்று வெயில்
கொழுத்துகிறது — இன்று!
அன்று போல்
இல்லை இன்று!
வேதனையில் வீழ்கிறான்
என்று வறண்டுபோன
வாய்க்காலில் நின்று
வானைப் பார்க்கும்
நிலைமை கூட
தெரியாமல் வாழ்கிறான்
இன்று — காரணம்
தண்ணீர்!

நட்பு

முழுமையான சிந்தனைகளுடன்
முகப் பொழிவுடன்
புதுமையான சோலைவனத்தில்
புதுப்புது நட்புகளுடன்
பூத்துக் குலுங்கும்
புன்னகை மலர்களாக
மாறி மாறி
அன்பையும்
ஆனந்தத்தையும்
அளவில்லா
அனுபவத்தையும்
அழகாகப் பகிர்ந்து
சிறு குழந்தையாகச்
சிதறிய சிரிப்பு
ஒலிகள் சின்ன
சின்ன சினுங்கல்கள்
கள்ளமில்லா உள்ளத்துடன்
கனத்த இதயத்துடன்
படபடவெனப் பல
பாராட்டுகளைப் பெற்று
பறக்கும் பட்டமாக
பாடசாலையை விட்டு
நெடுந்தூரப் பயணம்...
நெஞ்சத்தில் நேற்றைய

வசந்தம் நினைவலைகளாக
நிரந்தர அங்கீகாரத்துடன்
அணையா விளக்காய்
எப்போதும் காணல் நீராய்
இல்லாமல் காணும்
கண்களாக கரைந்த
நினைவுகள் நிழலாக
வராமல் நிஜமாக
நீளட்டும் நமது நட்பு!

ஏழை மக்கள்

நாளுக்கு ஒரு கட்சி
ஆளுக்கொரு நீதி
நீதிமன்றத்திற்கே
நிதி வழங்கும்
நிறமிகள் இருக்கையில்
நீதியை எதிர்நோக்கும்
நிதி இல்லா மக்கள்
வெயிலில் புழுவாய்
துடித்தால் கிடைக்குமா?
பாழாய் போன
சமூகத்தில் பலாச்சுளையாய்
வீசும் பணக்கட்டின்
மனம் இருக்கையில்
ஆளும் மனிதன்
வாழ்கிறான் - வாழும்
மனிதன் வீழ்கிறான்
காரணம் தெரியாமல்
ஆள வைத்தது குற்றமா?
என்று அழியும்
ஆணவமான அரசியல்
ஏக்கத்தில் ஏழை மக்கள்..!

உறவுகள்

கறை படிந்த
    உணர்வுகள்
    இருந்தும்
    காரணமில்லாமல்
    அன்பு செலுத்தும்
    உறவுகள்
    கிடைப்பது
    அற்புதமே...!

அனாதை

அனாதையாய் இருந்தும்
   வலிக்கவில்லை - நீ
   அனாதை என்று
   வாழ்த்தும் போது
   வலிக்கிறது வற்புறுத்தி
   தேடுகிறது வாழ்க்கைக்கு
   வறுமை மிஞ்சும் உறவை...!

அன்பு

நேர்த்தியான உணர்வும்
நேர்மையான பண்பும்
கொண்டு நிலைத்து
நிற்கும் அன்பு
நிம்மதியான உறவவாக
இருக்கும்போது...!

உறவுகள்

நேசித்த உறவுகள்
    நீங்கினாலும்
    நேசிக்கும் உறவுகள்
    நீங்காமல் நிலைத்து
    நிற்கட்டும் மனதில்...!

வளரும் தலைமுறை

துளிர்க்கும் பூக்களை
    தண்ணீரால்
    வளர்க்காமல்
    கண்ணீரால்
    வதைக்கிறது
    வாழ்ந்த சமூகம்
    வளரும் தலைமுறையால்!

மறதி

மன்னிக்கவும் மறதியில்
    நடந்ததும் நினைவில்லை
    நடக்கவிருப்பதும் அறியவில்லை
    நட்பில் ஏதோ
    விரிசல் நாம்
    என்ற உறவு
    நானும் நீயுமானது
    நாட்கள் நகர்ந்தும்
    ஏற்கவில்லை மனம்
    மாற்றத்தை காண…!

புதுவாழ்வு

புரியாத புதிராய்
   புது இடம் நோக்கி
   வந்த எனக்கு
   புன்னகைக்கும் இதழ்கள்
   கிடைத்தன பொதுவாக
   சிலிர்க்க வைக்கும்
   சிட்டுக்குருவியாய்
   படர்ந்து நிற்கும்
   மயில் தோகையாய்
   கண்சிமிட்டும்
   புள்ளிமானாய்
   வானத்தை அளக்கும்
   வானம்பாடியாய்
   வலம் வந்து
   சிறகடித்து பறந்த
   நான் இன்று
   பார்க்கத் துடிக்கும்
   ஏங்கிய நாட்கள்
   தூங்கிய நிமிடம்
   வாங்கிய பரிசு
   பகிர்ந்த உணவு
   பகிராத உணர்வு
   வணங்காத பண்பு
   பணிவான அன்பு

தாங்கிய உறவு
துணிவுடன் நட்பு
எதிர்பாராத இழப்பு
கசப்பான நினைவு
சிந்திக்கும் மனது
கலகலப்பான சிரிப்பு
துருதுருவென கண்கள்
கன்னா பின்னா
என்றிருந்த நான்
தடம் மாறும் போது
தகுதி இழக்காமல்
தன்னம்பிக்கையை ஊட்டி க
ண்ணும் கருத்துமாய்
கல்வியைக் கற்று
வலிகளை தாங்கி
வாழ்வில் வழியுடன்
விழிகளில் நீருடன்
உதிரமான நட்பு
உதிரும் காலம்
மூன்றெழுத்து
முடிச்சில் மூழ்கிய
சந்தோசம் முழுதாகக்
கிடைக்காமல்
மோதல் இல்லாத
தேடலில் தொடங்கி
தேய்பிறை ஆகாமல்
வளர்பிறையாய்

வாழ்வில் வசந்தம்
பெற்று புன்னகையுடன்
புது வாழ்வை நோக்கி நகர்கிறேன்...!

யாவரும் நலமாக

தெளிவான பயணம்
  தொடருகிறது தேடலுடன்
  தேவைக்கு வேண்டும்
  துணிவான எண்ணம்
  தூரலாய் அல்ல
  துளித்துளியாய்
  நனவாக இரு
  நம்பிக்கையோடு
  நா கரம் அடங்கி
  நாற்றிசை முழங்க
  நட்புறவு பெருக
  கலகலப்பாக
  கடந்ததை மறந்து
  காரமில்லாமல்
  கடக்கும் தூரத்தில்
  தன் மணம் வீச
  தன்மானம் கொள்
  தரணியில் வாழ
  தகுதியை வளர்த்து
  தானமாகக் கொடு
  பாரமாக இல்லாமல்
  பண்படு பண்படுத்து
  பதி உன் தடத்தை
  பார்வைகள் படட்டும்

படைப்புகள் சிறக்கட்டும்
சிந்தனைகள் பலவும்
சினத்துடன் கற்று
சோதனைகள் போக்கி
சாதனைகள் செய்து
சிலிர்ப்பான சிரிப்புடன்
அகமகிழ
அன்பை விரித்து
ஆணவத்தை குறைத்து
அறிவை பெருக்க
இயற்கையை நேசித்து
இயன்றதை செய்வோம்
யாவரும் நலமாக...!

மடியில்

முற்றிலும் அழிகிறது
 என் ஆணவம்
 அன்பில் உருவான
 அன்னையின் மடியில்
 படுத்து உறங்கிய போது ..!

விழிகள்

தங்கத்தில் செதுக்கிய
    கருவிழிகள் - நான்
    காணத் துடிக்கும் - உன்
    இரு விழிகள்
    என்னவளே - என்று
    இணைவோம்
    ஒரு விழியாக - காதலி

ஆசான்

நான் கருவுற்ற
நாளில் காணாததை
கற்பித்தலின் போது
காண்கிறேன் - என்
கண்மணிகளின்
கண்களில் வரும்
கண்ணீர் துளியின்
வாயிலாக தாயின்
அன்பை...!

பார்வை

பார்வை தெரியாது...
    பார்த்துப் போ என்று
    பதைபதைக்கும்
    மனது சொல்கிறது
    சொல்ல துடிக்கிறது
    பார்வையற்ற
    உறவை பார்த்து!

வருத்தம்

நட்புக்கு வருத்தம்
 வரிந்து கட்டி
 வருகிறது வாடிய
 இதயத்தை பார்க்க
 வழியும் நீர்த்
 துளியுடன் கண்கள்!

வெள்ளி நிலா

சில்லென்று தூறலாய்
  சிம்மி விளக்காய்
  விந்தையின்
  ஒளியாய்
  விண்மீனாய்
  விழிக்கும்
  வெள்ளி நிலா...!

தேவை

இனிப்பை சுவைக்க
    உப்பு தேவை
    உருவாகு உருவாக்கு ..!

புதுமனிதன்

புகைத் துண்டெடுத்து
    புகைவண்டி காட்டி
    பூமகளின் ஓவியமாய்
    புத்துணர்வுடன் இருந்ததை
    புதர் காடாக்கி
    புன்னகைக்க முடியாமல்
    புலம்பிக் கொள்ளும்
    பூங்கொத்தாய்
    புதுமனிதன்!

கருவி

கற்பிக்கும் மாணவர்களை
    உருவாக்கும்
    மாமனிதனாக
    இல்லாமல்
    மாமனிதர்களை உருவாக்கும்
    உங்கள் பாதங்களில்
    தவழும் காலனியாக
    எப்போதும் கலகலப்பாய்
    துயர்துடைக்கும்
    கருவியாய் — நான்

இல்லை

என்னவோ தெரியவில்லை
    இல்லை என்றதும்
    இருக்க வேண்டும்
    போல தோன்றுகிறது
    இறக்கும்வரை
    கரிசனம் இல்லை
    காரணமாகத்தான்!

மீசை

அரும்பு மீசையில்
 தெரிகிறது
 அப்பாவின் அகவை .. !

மனம்

தெரியவில்லை
    தொடர்ந்து வரும்
    நாட்களால்
    தெரிகிறது
    துவண்டு விழுகிறது
    துடியாய் துடிக்கிறது
    முடிக்கும்போது
  - மனம்!

பிரதி

மறதியே மனிதனின்
 ஏற்றத்திற்கு உந்துதல்
 காயங்களும் கனிவான
 சேவையாக மாறுவது
 மறதியின் பிரதிபலிப்பே!

பனி

புல்லின் மேல்
 பனித்துளியின் உள்
 தெரியும் உலகை
 உருவாக்க துடிக்கிறது
 மனம் தலைமுறை தாண்டி....!

இதயம்

அகத்தில் அழகையும்
 முகத்தில் அழகையும்
 அழுகையை அமுதமாக்கி
 அன்பை அளிக்கும்
 அன்னையின் மாண்பு
 கால ஓட்டத்தில்
 காணாமல் போன
 காயங்கள் பலவும்
 காரணமே அல்லாமல்
 கற்பனையில் மிதந்து
 காலத்தை கடத்தும்
 கனிவான தோழிக்காக
 காண்பது எல்லாம்
 காட்சி ஆகாமல்
 கனிய வேண்டும்
 இனிமையை பெற்று
 இருண்டு கிடக்கும்
 உள்ளத்தில் உள்ள
 எள்ளளவு எழுச்சியுடன்
 இருந்தும் குருடாய்
 இதயம் துடிக்கிறது
 இயல்பாக இன்பமாக...!

இப்போது

கைகளில் தவழ்ந்து
    கைக்குழந்தையாய் - நான்
    என் தந்தைக்கு அப்போது
கரங்களை பிடித்து
கைகோர்த்து
நடக்கிறாய் நீ
என் மனைவியாய் - இப்போது!

அழகு

அன்பு தோழியின்
    கண்கள் அழகு
    அதில் தெரியும் - நான்
    அதைவிட அழகு...!

கண்ணாடி

உன் கண்ணழகை
  காண தேடுகிறேன்
  என் கண்
  முன்னால்
  – கண்ணாடி!

வாழ்க்கை

திகட்டாத ஆசை
    நெஞ்சத்தில்
    தீராத பிரச்சனை
    குடும்பத்தில்
    மனமா? மானமா?
    குழப்பத்தில்
    நான் குமுறலில்
    வாழ்க்கை
    குதூகலத்தில்
    காதல்...!

மண மாலை

பிதற்றலில் தொடங்கி
   பிதாவை காணாமல்
   பிண்டமாக இருந்து
   பிழைத்த எனக்கு
   இதமான தேடலில்
   இன்பத்தை இணைத்து
   இதழை பதித்து
   ஈன்றெடுத்த
   தாயின் உருவில்
   பிணைந்த தந்தையின்
   பிம்பத்தை கண்ட
   கண்களுடன்
   காலூன்றிய காலம்
   காதலுடன் - மண மாலையில்!

கதவு

யோசிக்க கூட
    முடியவில்லை
    தட்டினால் கூட
    திறக்காத கதவு
    திறந்து விட்டது
    என்னவளின்
    இருவிழி
    பார்வையால் - காதல்!

பிறப்பு

ஊமையான விழியில்
    உவகையுடன் நாணம்
    கொண்ட நீ...
நாட்கள் நகர்ந்து
நானி கூனிக்குறுகி
நான் இல்லா
நானிலத்தில் நீ
கண்டு கரம் படர்ந்து
கால் படாமல்
சிரம் தாழ்ந்து
சீராட்டிய - நீ...
சிரித்தாய் - நான்
அழும்போது...!

நித்தம் நித்தம்

பெட்டிக்குள் இருந்ததால்
போராட்டம் தெரியவில்லை...
மற்றவரின் நிழலில்
நின்றதால் வெயிலின்
அருமை அறியவில்லை...
விளையாட்டாக திரிந்ததால்
விளைவுகளின் வலிமை
புரியவில்லை - எனக்கு
விழுந்த பின் தான்
தெரிந்தது விதியின்
வண்மை - நீ
நிஜமாகாமல் போனாலும்
நிழலாகவே இரு...
நித்தம் நித்தம்
நீளட்டும் வாழ்க்கை
நினைவுகளோடு
நிம்மதியாக...!

ஆசை

காற்றில் மிதந்து
    கண்களை கலக்கும்
    கருவியாய் நான்....
    உன் கண்ணின்
    கருவிழியில் விழ
    ஆசை...
    விழுந்தபின்
    கலங்கி நிற்கும்
    கண்களை ...
    சட்டென்று
    தொடும் கரங்களில்...
    சிந்தும் ஒற்றை
    சொட்டுக் கண்ணீரில்
    கைகோர்த்து
    காதலை சொல்ல
    ஆசை...!

நீ

இருண்ட உலகில்
   பிரண்டு உருண்டு
   உருண்டு திரண்டு
   உருவாக்கி...
   மொட்டாகிய - நீ
   மலர்ந்தாய்...
   என்னால்...!

கருமேகம்

திகைப்பூட்டலால்
    தீப்பிழம்பாகும்
    நெஞ்சத்தை
    தண்ணீரால்
    களைக்கிறது
    கண்கள் - என்
    ஏக்கத்தை தாங்கும்
    பெண்மையின்
    கண்மையில் - கூட
    மயிலாடும்...
    கருமேகம்
    சூழும் போது...!

குடும்பப் பெண்

பிழையில்லாமல்
   பிழைத்த எனக்கு...
   பிடிங்கி எறியும்
   பிரச்சினைகள்
   விரக்தியில்
   விரல்களை விட்டு
   விடை தேடும்
   உறவுகள்....
   வீட்டின் அவலம்
   வீதியில் - சுற்றித்திரியும்
   சூரியனாய் நான்...
   எரி கையில்
   ஏந்திய நிலவாய்
   வந்தாய் குளிர்விக்க
   குடும்பப் பெண்ணாக - நீ...!

சுவாசிக்கிறேன்

சுவாசிக்கிறேன் என்னவளின்
 உயிர் காற்றையும்
 ஏனென்று அறியாமல்
 மறைந்திருக்கும் - காதல்
 மண்ணில் போகும் வரை...!

வார்த்தை

நீண்ட இடைவேளைக்கு
   பின் தீப்பிடித்து
   எரிகிறது தீப்பிழம்பாய்
   தெரிகிறது அடுத்தவரின்
   வார்த்தை வதைக்கும்
   என்று அறியாமல்
   அது வாழ்வதற்கு
   என்றும் தெரியாமல்...!

மாற்றம்

நடக்க பழகியதிலிருந்து
   பாசம் அறியா பறவை
   பலருக்கு தெரிந்தும்
   சொல்ல முடியவில்லை
   சிரமம் அறியவில்லை
   சிறகடிக்கும் போது
   துடிக்கிறது கண்கள்
   நீர் வரத்தற்று
   நினைக்கிறது
   ஏங்கும் நெஞ்சத்தில்
   தூங்கும் இதயம்
   சிலிர்ப்பான மலர்
   மாலையில் நிகழும்
   மாற்றம் மனதில் இன்று...!

காதல்

எல்லாம் மாறும்
    மாறாதது என்னுள்
    இருக்கும் உன்னால்
    - நம் காதல்!

தண்ணி வண்டி

தள்ளாடும் வயதை
    தானே பார்க்கிறேன்
    நான் இப்போது
    தண்ணி வண்டியில்!

நிலவு

கார்மேக தென்றலில்
    கடந்து வந்த நிலவு
கரும்புள்ளியில்
    தோன்றும் ஈரப்பதமாய்
என் நெஞ்சத்தில்
    நான் பார்த்த நிலவு
சுடுகிறது இப்போது...!

ஓடும் நீரில்

வறண்ட பாலைவனத்தில்
வசதியாக வாழ்கிறது
நீர்ப்பறவை நிலத்தில்
நிற்காத நிலைமை
நீந்தத் தெரியாமல்
நிலை மாறி தடுமாறி
தறிகெட்டு ஓடும் நீரில்!

கனவு

நான் கண்ட கனவு
    கனவாகி போனது
    காதலைத் தேடி
    கடமையை மறந்து
    மனதில் பதித்து
    தீரா நோயுடன்
    வாழ்கிறது — இதயம்!

உருகிய நீரில்

காற்றில் பறந்து
   மேகங்களாய் மிதந்து
   சோகங்களை மறந்து
   பாரங்களை குறைத்து
   பாலின வேறுபாடில்லா
   பழகிய — நீ...
   கடந்ததை நினைத்து
   கலங்கிய கண்களில்
   கண்ணீரை துடைத்து
   காதலை துளைத்து
   கண்மணியை காக்கும்
   இமையாக — நான்
   அழகிய முகத்தில்
   அழுகையை விடுத்து
   உருகிய நீரில்
   உறங்கிய விழியை
   உணரச் செய்து
   உறவாட வந்த
   உயிரான உறவே — நீ
   கனவாகிய — நான்
   கலவாடிய — இதயம்
   கடல் நீராய்
   — நம் நட்பு...

www.ingramcontent.com/pod-product-compliance
Lightning Source LLC
LaVergne TN
LVHW041710060526
838201LV00043B/657
9798886844894